அ. ராஜமாணிக்கம் துணை

இதயத்தின் கதைகள்

- பிரியங்கா கணேசன்

உள்ளடக்கம்

முன்னுரை

வாழ்க்கையில் நாம் சந்திக்கும் மனிதர்களும், நிகழ்வுகளும் நமக்குப் பல பாடங்களைக் கற்றுத்தருகின்றன.அத்தகைய உணர்வுகள், உறவுகள் மற்றும் அனுபவங்களை மையமாகக் கொண்டு இந்தச் சிறுகதைத் தொகுப்பு உருவாகியுள்ளது.இந்த நூலில் இடம்பெற்றுள்ள ஒவ்வொரு கதையும் அன்பு, பாசம், நட்பு, காதல், நம்பிக்கை, தன்னம்பிக்கை மற்றும் மனிதநேயம் போன்ற உயர்ந்த மதிப்புகளை எடுத்துரைக்கிறது.
வெற்றி என்பது பிறரை தோற்கடிப்பதில் அல்ல; நம்மை நாமே உயர்த்திக் கொள்வதில்தான் இருக்கிறது என்பதையும் சில கதைகள் வலியுறுத்துகின்றன.
குடும்ப உறவுகளின் அருமை, பெண்களின் கனவுகள், வாழ்க்கைப் போராட்டங்கள் மற்றும் தன்னலமற்ற அன்பின் மகத்துவம் ஆகியவை இக்கதைகளில் அழகாகப் பின்னப்பட்டுள்ளன.
ஒவ்வொரு கதையும் வாசகர்களின் மனதில் ஒரு சிந்தனையையும், ஒரு உணர்வையும் விதைக்கும் என்ற நம்பிக்கை எனக்குள்ளது.
வாசிப்பின் முடிவில் நல்ல மனிதர்களின் மதிப்பையும், நல்ல உறவுகளின் அவசியத்தையும் வாசகர்கள் மேலும் உணர்வார்கள்.
இந்த நூலில் உள்ள கதாபாத்திரங்கள் கற்பனையானவை என்றாலும், அவை கூறும் உணர்வுகளும் வாழ்க்கைப் பாடங்களும் நம் அன்றாட வாழ்வோடு நெருக்கமாக இணைந்துள்ளன.
எனது இந்தச் சிறிய முயற்சியை அன்புடன் ஏற்று வாசிக்கும் ஒவ்வொரு வாசகருக்கும் என் மனமார்ந்த நன்றிகள்.
உங்கள் ஆதரவும் கருத்துகளும் என்னை மேலும் சிறந்த படைப்புகளை உருவாக்க ஊக்குவிக்கும்.
இந்த நூல் உங்கள் மனதில் ஒரு நல்ல நினைவாக நிலைத்திருக்க வேண்டும் என்பதே என் விருப்பம்.

தந்தையும் மகளும்

ஒரு சிறிய கிராமத்தில் ஒரு ஏழை தந்தை வாழ்ந்து வந்தார். அவருக்கு ஒரு மகள் இருந்தாள். அந்த மகள் தான் அவருடைய உலகம். அவர் தனது மகளை மிகவும் ஆழமாக நேசித்தார். மகளும் தனது தந்தையை அதே அளவு நேசித்தாள். அவர்கள் இருவரும் சேர்ந்து விளையாடி, பேசிக் கொண்டு மகிழ்ச்சியாக காலத்தை கழிப்பார்கள்.

அந்த தந்தைக்கு பெரிய செல்வம் எதுவும் இல்லை. ஆனால் தனது மகள் நல்ல படிப்பு படித்து பெரியவளாக வேண்டும் என்ற கனவு மட்டும் இருந்தது. அதனால் அவர் தனது மகளை ஒரு **பெரிய மற்றும் செல்வந்தர்கள் படிக்கும் பள்ளியில்** சேர்த்தார்.

அந்த பள்ளியில் படிக்கும் மாணவர்களின் பெற்றோர் எல்லோரும் பணக்காரரர்கள். அவர்கள் தங்கள் குழந்தைகளை பெரிய கார்களில் கொண்டு வந்து பள்ளியில் இறக்குவார்கள்.
ஆனால் அந்த தந்தை மட்டும் தனது பழைய சைக்கிளில் மகளை பள்ளிக்கு அழைத்து வருவார்.

ஆரம்பத்தில் அந்த மகள் அதை கவனிக்கவில்லை. ஆனால் சில நாட்கள் கழித்து, மற்ற குழந்தைகள் கார்களில் வரும் போது தன்னை சைக்கிளில் கொண்டு வருவது அவளுக்கு சற்றே வெட்கமாகத் தோன்ற ஆரம்பித்தது.

மெல்ல மெல்ல அவள் தந்தையை ஒப்பிட்டு பார்க்க ஆரம்பித்தாள்.
“என் நண்பர்களின் பெற்றோர் எல்லோரும் ஆங்கிலம் பேசுகிறார்கள்... நல்ல உடை அணிகிறார்கள்... பெரிய கார்களில் வருகிறார்கள்... ஆனால் என் தந்தை அப்படி இல்லை...” என்று அவள் மனதில் நினைக்கத் தொடங்கினாள்.

அவ்வாறு நாளுக்கு நாள் அவள் தந்தையிடம் பேசுவதும் குறைந்தது. முன்புபோல் சிரித்து பேசாமல், அவரைத் தவிர்க்க ஆரம்பித்தாள். இதை அந்த தந்தை கவனித்தார். ஆனால் மகளைப் பாதிக்காமல் அமைதியாக இருந்தார்.

காலம் கடந்தது.

ஒரு நாள் திடீரென ஒரு உண்மை வெளிச்சத்துக்கு வந்தது.
அந்த மகள் **இந்த தந்தையால் தத்தெடுக்கப்பட்ட குழந்தை** என்று தெரிந்தது.

அந்த நேரத்தில் அவளுடைய **உயிர் பெற்ற பெற்றோர்** வந்து அவளை மீண்டும் தங்களுடன் அழைத்து செல்ல விரும்பினர். அவர்கள் மிகவும் பணக்காரரர்கள். அவர்கள் “அவள் எங்கள் மகள்... எங்களுடன் வர வேண்டும்” என்று கூறினர்.

இப்போது அந்த மகள் ஒரு பெரிய குழப்பத்தில் இருந்தாள்.
யாருடன் வாழ வேண்டும்?
தன்னை வளர்த்த தந்தையா?
அல்லது பணக்கார உயிர் பெற்ற பெற்றோர்களா?

சிறிது நேரம் யோசித்த பிறகு அவள் ஒரு முடிவு எடுத்தாள்.

அவள் தன்னை வளர்த்த **அந்த ஏழை தந்தையையே தேர்வு செய்தாள்**.

ஆனால் கடந்த சில நாட்களாக அவள் தந்தையிடம் முன்புபோல் பேசவில்லை. அதை அந்த தந்தை கவனித்திருந்தார்.

அடுத்த நாள் தந்தை மெதுவாக அவளிடம் பேசினார்.

“மகளே... என்னை மன்னித்து விடு. நீ என்னை நம்பினாய். ஆனால் நான் ஒரு தவறு செய்துவிட்டேன்.”

மகள் ஆச்சரியமாக கேட்டாள்:
“என்ன தவறு அப்பா?”
அவர் சொன்னார்:

“இப்போது சில நாட்களாக நீ என்னுடன் முன்புபோல் பேசவில்லை. என் முகத்தையும் சரியாக பார்க்கவில்லை. உனக்கு என்னுடன் இருக்க சௌகரியம் இல்லை என்று நான் உணர்ந்தேன். அதனால் தான் நான் நினைத்தேன் – நீ ஒரு பணக்கார குடும்பத்தில் இருந்தால் சந்தோஷமாக இருப்பாய் என்று. அதனால் உன்னை அந்த குடும்பத்துக்கு தத்தெடுக்க கொடுக்க நினைத்தேன். ஆனால் அது என் தவறு என்று இப்போது புரிகிறது.”

அதை கேட்டவுடன் மகளின் கண்களில் கண்ணீர் வந்தது.

அவள் தந்தையிடம் சொன்னாள்:

“இல்லை அப்பா... தவறு செய்தது நான் தான்.”

“ஒரு நாள் நான் உங்களுடைய வாழ்க்கையை பார்த்தேன். எனக்காக நீங்கள் எவ்வளவு கஷ்டப்படுகிறீர்கள் என்று புரிந்தது. நீங்கள் வேலைக்குச் செல்ல பணம் இல்லாத நாளில் கூட நடந்து சென்று வேலை செய்தீர்கள்.”

“ஒரு நாள் என்னை பள்ளியில் வெட்கப்படாமல் இருக்க நீங்கள் பணக்காரர்களைப் போல உடை அணிந்து பார்த்தீர்கள். மற்றவர்களைப் போல ஆங்கிலத்தில் பேச முயற்சி செய்தீர்கள்.”

“அந்த நாள் நான் ஒரு பெரிய பாடம் கற்றுக்கொண்டேன். நீங்கள் பணக்காரர் அல்ல... ஆனால் என்னுடைய மகிழ்ச்சிக்காக எல்லாவற்றையும் முயற்சி செய்கிறீர்கள்.”

அவள் மேலும் சொன்னாள்:

“பல பணக்கார பெற்றோர்கள் தினமும் தங்கள் குழந்தைகளுடன் பேச ஒரு குறிப்பிட்ட நேரம் மட்டும் வைத்திருப்பார்கள். ஆனால் நீங்கள் அப்படி இல்லை.”

“நீங்கள் உங்கள் முழு நேரத்தையும் எனக்காக செலவழித்தீர்கள். என்னுடன் இருந்தீர்கள்... என்னை நேசித்தீர்கள்.”

“அதனால் தான் நான் சொல்ல விரும்புகிறேன்...”

“இந்த உலகத்தில் நான் தான் மிகவும் அதிர்ஷ்டமான மகள். ஏனெனில் எனக்கு நீங்கள் போன்ற அப்பா இருக்கிறார்.”

அந்த வார்த்தைகளை கேட்ட தந்தையின் கண்களிலும் கண்ணீர் வழிந்தது. அவர் மகளை இறுக்கமாக கட்டிப்பிடித்தார்.

அந்த நாளில் அவர்கள் இருவரும் ஒரு உண்மையை புரிந்துகொண்டார்கள்:

பிறப்பித்தவர்கள் மட்டுமே உண்மையான பெற்றோர் அல்ல.
அன்பு, தியாகம், பாதுகாப்பு கொடுப்பவர்களே உண்மையான பெற்றோர்.

இதயத்தின் காதல்

பன்னிரண்டாம் வகுப்பு படிக்கும் போது, **நிலா** என்ற ஒரு பெண் இருந்தாள். அவள் மிகவும் அமைதியானவள், சாதாரணமாக படிக்கும் மாணவி. அதே வகுப்பில் **சூர்யா** என்ற ஒரு மாணவன் இருந்தான். சூர்யா நிலாவை மிகவும் காதலித்தான், காரணம் அவள் மிகவும் அழகாக இருந்தாள். ஆனால் அந்த காதலை அவன் ஒருபோதும் வெளிப்படுத்தவில்லை.

நிலா வசிக்கும் தெருவில் **அஜய்** என்ற ஒரு இளைஞன் இருந்தான். அவன் ஒரு ரௌடி மாதிரி நடக்கும் மனிதன். அவனும் நிலாவை காதலித்தான். ஆனால் அவன் நிலாவிடம் மிகவும் மோசமாக பேசுவான்.

சில நாட்கள் கழித்து, நிலா **சென்னையில்** உள்ள ஒரு இன்ஜினியரிங் கல்லூரியில் சேர்ந்தாள். அதே கல்லூரியில் சூர்யாவும் சேர்ந்தான். ஆனால் அஜய் தினமும் நிலாவை தொந்தரவு செய்து அவளை காதலிக்க சொல்லி வற்புறுத்தினான். நிலா அவனை எப்போதும் தவிர்த்துக் கொண்டே இருந்தாள்.

ஒரு நாள் இரவு 12 மணிக்கு நிலாவின் பிறந்தநாள் வந்தது. அப்போது சூர்யா யாருக்கும் தெரியாமல் வானத்தில் விளக்குகளுடன் ஒரு அழகான **பர்த்டே சர்ப்ரைஸ்** ஏற்பாடு செய்தான். நிலா அதை பார்த்து மிகவும் மகிழ்ந்தாள். அதை யார் செய்தது என்று சுற்றி பார்த்தாள். ஆனால் அங்கு யாரும் இல்லை.

அடுத்த நாள் கல்லூரியில் சென்றபோது, அவளுக்கு பல குழந்தைகள் மற்றும் அறிமுகமில்லாதவர்கள் மூலம் சிறிய சிறிய சர்ப்ரைஸ்கள் கிடைத்தன. இதெல்லாம் அந்த தெரியாத ஒருவரின் திட்டம் என்று அவள் நினைத்தாள்.

அந்த நேரத்தில் அவளுக்கு ஒரு மெசேஜ் வந்தது:
"Happy Birthday."

நிலா பதில் அனுப்பினாள்:
“Thank you… நீங்கள் யார்? ஏன் இவ்வளவு விஷயங்கள் செய்கிறீர்கள்?”

சூர்யா பதில் எழுதவில்லை. சில நேரம் கழித்து ஒரு மெசேஜ் மட்டும் அனுப்பினான்:
"I can't leave you."

நிலாவுக்கு அந்த வார்த்தையின் அர்த்தம் புரியவில்லை.

ஒரு மாலை நிலா வீட்டிற்கு நடந்து சென்று கொண்டிருந்தபோது, அஜய் வந்து அவளை மீண்டும் காதலை ஏற்கச் சொன்னான். நிலா அவனை மறுத்து அவனை அறைந்தாள். கோபத்தில் அஜய் நிலாவின் முகத்தில் அமிலம் (acid) வீசிவிட்டான். நிலாவின் முகம் மிகவும் காயமடைந்தது.

சில நாட்களுக்கு பிறகு இந்த விஷயத்தை சூர்யா நண்பர்களிடம் இருந்து அறிந்து மருத்துவமனைக்கு ஓடிவந்தான். நிலாவை அந்த நிலையில் பார்த்தவுடன் அவன் மிகவும் அழுதான்.

அவன் மனதில் ஒரு எண்ணம் வந்தது —
"இப்போது அவள் அழகாக இல்லை... நான் அவளிடம் இருந்து விலக வேண்டும்."

ஆனால் ஒரு வாரம் கூட அவனால் அவளை மறக்க முடியவில்லை. அப்போது தான் அவன் உணர்ந்தான் —
அவன் காதலித்தது **நிலாவின் முகத்தை அல்ல, அவளின் இதயத்தையும் குணத்தையும்** என்று.

நிலா மிகவும் தைரியமான பெண். முகம் பாதிக்கப்பட்டதற்காக அவள் கவலைப்படவில்லை.

ஒரு நாள் சூர்யா மீண்டும் மெசேஜ் அனுப்பினான்:
"I can't leave you."

அதை பார்த்த நிலா சிரித்தாள். நாட்கள் செல்ல செல்ல அவர்கள் இருவரும் நெருக்கமானவர்களாக ஆனார்கள்.

நிலா பலமுறை கேட்டாள்:
"நீ எப்போதும் ஏன் **I can't leave you** என்று சொல்கிறாய்?"

சூர்யா பதில் சொன்னான்:
“ஒரு நாள் சொல்லுவேன்.”

ஒரு நாள் சூர்யா நிலாவை அழைத்து,
“அடுத்த வாரம் உன்னை சந்திக்கிறேன். உன் காத்திருப்பு முடியும்,” என்றான்.

அந்த சந்திப்பு நிலாவின் பிறந்தநாளில் நடக்க வேண்டும் என்று திட்டமிட்டார்கள்.

நிலா ஒரு வாரத்திற்கு தனது ஊருக்கு சென்றாள். அந்த நேரத்தில் சூர்யாவுக்கு ஒரு லாரி விபத்து நடந்தது. அந்த விபத்தில் இரண்டு பேர் காயமடைந்தார்கள். சூர்யாவின் முகம் மிகவும் சேதமடைந்தது. மற்றொரு இளைஞன் இறந்துவிட்டான்.

மருத்துவர்கள் அந்த இறந்த இளைஞனின் முகத்தை சூர்யாவுக்கு மாற்றும் அறுவை சிகிச்சை செய்தார்கள்.

நிலாவின் பிறந்தநாளுக்கு முந்தைய நாள் சூர்யா கண்ணாடியில் தனது முகத்தை பார்த்தான். முகத்தை பார்த்தவுடன் அவன் அதிர்ச்சியடைந்து அழுதான்.

ஆனால் மருத்துவர் அவனை ஆறுதல் கூறி நடந்ததை எல்லாம் விளக்கினார்.

சூர்யா நிலாவுக்கு மெசேஜ் அனுப்பினான்:
“நாளை நான் வர முடியாது.”

நிலா பதில் அனுப்பினாள்:
“நீ தான் என்னை அழைத்து சந்திப்பேன் என்றாய். நான் உன் முகத்தை பார்க்க காத்திருக்கிறேன். எனக்கு இந்த பிறந்தநாளில் உன்னை பார்க்க வேண்டும்.”

அடுத்த நாள் நிலா அவர்கள் முன்பே முடிவு செய்த இடத்தில் காத்திருந்தாள்.

சூர்யா வந்தான். நிலா அவனை முகம் பார்க்காமல் ஓடி வந்து கட்டிப்பிடித்தாள். சில நிமிடங்கள் கழித்து அவன் முகத்தை பார்த்தாள்.

அது **அஜயின் முகம்**.

அவள் அதிர்ச்சியடைந்து சூர்யாவை அறைந்தாள்.
"என் சூர்யா எங்கே?" என்று அழுதாள்.

அப்போது சூர்யா மெதுவாக சொன்னான்:
"I can't leave you."

அந்த வார்த்தையை கேட்டவுடன் நிலா நடுங்கினாள்.
"இந்த வார்த்தை உனக்கு எப்படி தெரியும்?" என்று கேட்டாள்.

அப்போது சூர்யா நடந்ததை முழுவதும் கூறினான்.

அதை கேட்ட நிலா அழுது அவனை கட்டிப்பிடித்து,
"Sorry... நானும் **I can't leave you**," என்றாள்.

அப்போது தான் நிலா புரிந்துகொண்டாள் —
"I love you" அல்லது "I hate you" என்று பலர் சொல்லலாம்.
ஆனால் "I can't leave you" என்பதன் அர்த்தம் வேறு.
உன் இதயம் இல்லாமல் என் இதயம் வாழ முடியாது என்பதுதான் அதன் அர்த்தம்.

இன்னும் ஒரு ரகசியம்...

நிலா முதலில் சூர்யாவை எப்படி முகம் பார்க்காமல் கட்டிப்பிடித்தாள் தெரியுமா?

நம்ம முதல் சந்திப்பில் நான் உன் முகத்தை பார்க்க விரும்பவில்லை.
என் வாழ்க்கையின் மிகப்பெரிய இழப்பைநான் உன்னுள் பார்க்க வேண்டும் என்றாள்

அதனால் சூர்யா தனது மார்பில் நிலாவின் முகத்தை **டாட்டூ** ஆக போட்டிருந்தான்.

அந்த நாள் அவன் சட்டை அணியாமல் வந்தான்.
அதனால் நிலா முதலில் பார்த்த முகம் –
அவளுடைய முகம் தான்… சூர்யாவின் மார்பில்.

இது தான் இந்தக் கதையின் உண்மை.

சூர்யா ஒரு அழகான பெண்ணை திருமணம் செய்ய விரும்பினான்.
நிலா ஒரு நல்ல மனிதனை திருமணம் செய்ய விரும்பினாள்.

ஆனால் விதி அவர்களின் ஆசைகளை மாற்றிவிட்டது.

ஆனால் அவர்கள் மிகவும் மகிழ்ச்சியாக இருந்தார்கள்.
ஏனெனில் அவர்கள் காதலித்தது **முகத்தை அல்ல… இதயத்தை.**

இதுதான் உண்மையான காதல்.

“I can’t leave you.”

நட்பின் நம்பிக்(கை)

ஒரு செல்வந்த குடும்பம் இருந்தது. அந்த வீட்டில் தினமும் வேலைக்குச் செல்லும் ஒரு ஏழை பெண் இருந்தாள். அவள் பெயர் **ராணி**. அந்த செல்வந்த குடும்பத்தில் **வசந்த்** என்ற ஒரு மகன் இருந்தான். அவனுடைய பெற்றோர் விவாகரத்து செய்து தனித்தனியாக வாழ்ந்து கொண்டிருந்ததால், அவர்களின் மகன் வசந்தை பார்த்துக்கொள்ள ராணியை வேலைக்கு வைத்திருந்தார்கள். வசந்துக்கு ஒரு கை மட்டுமே இருந்தது.

ராணிக்கு **ராஜா** என்ற ஒரு மகன் இருந்தான். அவன் தன் அம்மாவை மிகவும் நேசிப்பவன். ஒரு நாள் ராணிக்கு கடுமையான கால்வலி ஏற்பட்டது. இருந்தாலும் வேலைக்குச் செல்ல முயன்றாள். அதை பார்த்த ராஜா,
“அம்மா, இனிமேல் நீ வேலைக்குப் போக வேண்டாம். நீ நிறைய கஷ்டப்பட்டு விட்டாய். நான் வேலைக்கு போகிறேன்,” என்று சொன்னான்.

ஆனால் ராணி,
“அந்த வீட்டில் இருக்கும் வசந்துக்கு ஒரு கை மட்டுமே இருக்கிறது. அவன் தனியாக எதையும் செய்ய முடியாது. நான் அவனை உதவ வேண்டியது அவசியம்,” என்றாள்.

அப்போது ராஜா,
“அம்மா, கவலைப்படாதே. இனிமேல் நான் போய் அவனை பார்த்துக்கொள்கிறேன்,” என்றான். ராணியும் அவன் சொன்னதை ஏற்றுக்கொண்டாள்.

அடுத்த நாள் ராஜா அந்த வீட்டிற்கு சென்று, தன் அம்மாவின் உடல்நிலையை வசந்திடம் கூறினான். அதன்பிறகு அவன் தினமும் வசந்துக்கு உதவத் தொடங்கினான். ராஜாவின் நல்ல மனமும், உழைப்பும் வசந்துக்கு மிகவும் பிடித்துவிட்டது.

ஒரு நாள் ராஜா வீட்டின் வராண்டாவில் நடனம் ஆடிக்கொண்டிருந்தான். அதை வசந்த் பார்த்தான். அவனுக்கும் நடனம் ஆட வேண்டும் என்ற ஆசை வந்தது. சில நாட்கள் மறைந்து பார்த்துக்கொண்டிருந்தான். அதை கவனித்த ராஜா, அவனை அழைத்து, “நீயும் ஆடு” என்று ஊக்குவித்தான்.

இருவரும் தினமும் சேர்ந்து நடனம் பயிற்சி செய்தார்கள். அந்த நடனத்தின் மூலம் அவர்கள் நெருங்கிய நண்பர்களாகி விட்டார்கள்.

ஒரு நாள் ஒரு **நடன போட்டி** அறிவிக்கப்பட்டது. ராஜா அதில் கலந்துகொள்ள விரும்பினான். முதலில் வசந்த் தயங்கினான். ஆனால் ராஜாவின் ஆசைக்காக போட்டியில் பெயர் பதிவு செய்தான்.

போட்டியில் அவர்கள் நன்றாக நடனம் ஆடினார்கள். ஆனால் நீதிபதிகள் அவர்களை **வெயிட்டிங் லிஸ்டில்** வைத்தார்கள். காரணம் என்ன என்று கேட்டபோது,
“உங்கள் நடனம் நல்லது. ஆனால் வசந்துக்கு ஒரு கை மட்டுமே இருப்பதால் சமநிலை இல்லை,” என்று கூறினர்.

ஆனால் அடுத்த நாள் ஒரு அதிர்ச்சி காத்திருந்தது. வசந்தை சந்திக்க வந்த ராஜாவிடம் இடது கை மட்டும் இருந்தது; அவன் தனது வலது கையை இழந்திருந்தான்.

. அதை பார்த்த வசந்த் அதிர்ச்சியடைந்து,
“உன் இன்னொரு கை எங்கே?” என்று கேட்டான்.

அப்போது ராஜா சிரித்து,
“கவலைப்படாதே நண்பா. இனிமேல் நாம் இருவரும் சமமாக நடனம் ஆடலாம். நீ என் வலது கை, நான் உன் இடது கை,” என்றான்.

அதை கேட்ட வசந்த் கண்கலங்கினான். அவன் ராஜாவை அணைத்துக்கொண்டு, “என் வாழ்க்கையில் உன்னைப் போன்ற நண்பன் கிடைத்தது என் அதிர்ஷ்டம்,” என்றான்.

அப்போது வசந்தும் ஒரு உண்மையை வெளிப்படுத்தினான்.
“எனக்கு இரண்டு கைகளும் இருக்கிறது. நான் அதை மறைத்து வைத்தேன்,” என்றான்.

ராஜா அதிர்ச்சியடைந்து “ஏன்?” என்று கேட்டான்.

வசந்த் தனது கடந்த காலத்தை கூறினான்.
“நான்கு ஆண்டுகளுக்கு முன் எனக்கு ஒரு காதலி இருந்தாள். ஒரு விபத்தில் அவள் ஒரு கையை இழந்தாள். ஆனாலும் நாங்கள் சந்தோஷமாக

இருந்தோம். ஆனால் சில மாதங்களில் அவளுக்கு புற்றுநோய் ஏற்பட்டது. பின்னர் அவள் இறந்துவிட்டாள். அவள் நினைவுகளை மறக்க முடியாமல், நான் கூட ஒரு கை இல்லாதவனாகவே வாழ முடிவு செய்தேன்," என்றான்.

அதை கேட்ட ராஜா சொன்னான்,
"நண்பா, நான் என் கையை இழக்கவில்லை. உன் சந்தோஷத்திற்காகவும், நம் நடன வெற்றிக்காகவும் தான் அதை மறைத்தேன்."

இருவரும் உண்மையை பகிர்ந்து கொண்டு கண்கலங்கி அணைத்துக்கொண்டார்கள்.

சில நாட்களில் அவர்களுக்கு ஒரு நல்ல செய்தி வந்தது. அவர்கள் **நடன போட்டியின் இறுதி சுற்றுக்கு தேர்வு செய்யப்பட்டனர்**.

இறுதிப்போட்டியில் அவர்கள் இருவரும் ஒரே கை கொண்டு அற்புதமாக நடனம் ஆடினர். அதை பார்த்த அனைவரும் ஆச்சரியப்பட்டார்கள். நீதிபதிகளும் மக்களும் அவர்களை பாராட்டினர்.

இறுதியில் அவர்கள் **முதல் பரிசை** வென்றார்கள். பரிசாக **10 லட்சம் ரூபாய்** கிடைத்தது. அந்த பணத்தை ராஜா தனது அம்மாவின் மருத்துவ சிகிச்சைக்காக பயன்படுத்தினான்.

பின்னர் அவர்கள் இருவரும் ஒரு கை மட்டுமே கொண்ட பெண்களை திருமணம் செய்து கொண்டு, மகிழ்ச்சியாக வாழ்க்கை வாழ்ந்தார்கள்.

இந்த கதை உண்மையான நட்பும் தியாகமும் மனித வாழ்க்கையை எப்படி மாற்றுகிறது என்பதை சொல்லும் ஒரு அழகான கதை.

தொடரும் காகிதம்

ஒரு காலத்தில் இரண்டு நண்பர்கள் இருந்தார்கள். அவர்களின் பெயர்கள் **சந்திரபோஸ்** மற்றும் **ராஜாமணி**. அவர்கள் மூன்று வயதிலிருந்தே மிக நெருங்கிய நண்பர்களாக இருந்தார்கள். காலம் செல்லச் செல்ல, குடும்ப சூழ்நிலைகளால் அவர்கள் இருவரும் பிரிந்து வாழ வேண்டிய நிலை ஏற்பட்டது.

அவர்கள் நேரில் சந்திக்க முடியாவிட்டாலும், ஒருவருக்கொருவர் கொண்ட அன்பு குறையவில்லை. தினமும் அவர்கள் தங்கள் நினைவுகள், உணர்ச்சிகள் மற்றும் வாழ்க்கை அனுபவங்களை **அஞ்சல் கடிதங்கள்** மூலம் பகிர்ந்து கொண்டார்கள். அந்தக் கடிதங்களே அவர்களின் நட்பின் பாலமாக இருந்தது.

ஒரு நாள், உடல்நலக் குறைவு காரணமாக **சந்திரபோஸ்** இறப்பை நெருங்கினார். அவருக்கு **கலைவாணி** என்ற பேரப்பெண் இருந்தாள். இறப்பதற்கு முன் அவர் கலைவாணியிடம் ஒரு வேண்டுகோள் வைத்தார்.

“கலைவாணி, என் உடல்நிலை மிகவும் மோசமாக இருக்கிறது. நான் விரைவில் இறந்து போகலாம். நான் இறந்த பிறகு, என் நண்பன் ராஜாமணிக்கு என் மரண செய்தியை சொல்லாதே. அவன் என்னை மிகவும் நேசிக்கிறான்; அவன் அதை தாங்கிக்கொள்ள முடியாது. எனவே, நான் எழுதுவது போலவே நீ அவனுக்கு கடிதம் எழுதிக்கொண்டே இரு,” என்று அவர் கேட்டார்.

தன் தாத்தாவின் ஆசையை நிறைவேற்ற வேண்டும் என்று கலைவாணி உறுதியளித்தாள். அதற்காக அவர் தாத்தாவின் பழைய கடிதங்களை எல்லாம் வாசித்து, அவரின் கைஎழுத்தையும், எழுதும் முறையையும் பயிற்சி செய்து கற்றுக்கொண்டாள். அதன் பிறகு ராஜாமணிக்கு வந்த ஒவ்வொரு கடிதத்துக்கும், சந்திரபோஸ் போலவே பதில் எழுதத் தொடங்கினாள்.

இவ்வாறு பல மாதங்கள் கடந்து போனது. ஆனால் ஒரு வருடம் கழித்து, கலைவாணிக்கு இந்த உண்மையை மறைத்து வாழ்வது மிகவும் கஷ்டமாகத் தோன்றியது. அதனால் உண்மையை நேரில் சொல்ல வேண்டும் என்று முடிவு செய்தாள்.

அவள் ஒரு கடிதம் எழுதி, "அடுத்த வாரம் நம்முடைய பழைய பள்ளியில் உன்னை சந்திக்க வருகிறேன்," என்று ராஜாமணிக்கு தெரிவித்தாள்.

ஒரு வாரம் கழித்து கலைவாணி அந்த பள்ளிக்கு வந்தாள். ராஜாமணியை எதிர்பார்த்து காத்திருந்தாள். ஆனால் அங்கு வந்தது ராஜாமணி அல்ல; **கலையரசன்** என்ற ஒரு இளைஞன்.

"நீங்கள் யார்?" என்று கலைவாணி கேட்டாள்.

அவன், "நான் ராஜாமணியின் பேரன் கலையரசன்," என்றான்.

கலைவாணி அதிர்ச்சியடைந்து, "உங்கள் தாத்தா எங்கே?" என்று கேட்டாள்.

அப்போது கலையரசன் சொன்னான்: "உங்கள் தாத்தா இறந்த ஒரு வாரத்திற்குப் பிறகு என் தாத்தாவும் இறந்துவிட்டார். உங்கள் தாத்தா எழுதிய கடிதங்களின் ஒவ்வொரு அர்த்தத்தையும் அவர் நன்றாக அறிந்தவர். உங்கள் தாத்தா இறந்த பிறகு வந்த முதல் கடிதத்திலேயே அவர் உண்மையை புரிந்துகொண்டார். அதனால் மிகவும் கவலைப்பட்டார்."

அதற்குப் பிறகு கலையரசன் மேலும் சொன்னான்:
"நீங்கள்தான் உங்கள் தாத்தா போல கடிதம் எழுதுகிறீர்கள் என்பதையும் எனக்கு தெரியும். ஆனால் நான் அந்த நட்பை நிறுத்த விரும்பவில்லை. நம்முடைய தாத்தாக்களின் நட்பு அவர்களின் மரணத்துடன் முடிந்து போகக் கூடாது. அதனால் நானும் உங்களுக்கு தொடர்ந்து கடிதம் எழுதிக் கொண்டிருக்கிறேன்."

இதை கேட்ட கலைவாணி மிகவும் உணர்ச்சியடைந்தாள்.

அந்த நாளிலிருந்து, அவர்கள் இருவரும் தங்களின் தாத்தாக்கள் போலவே கடிதங்களை பரிமாறிக் கொண்டனர். காலம் கடந்து, அவர்கள் கூட **80 வயதை** எட்டினார்கள். இன்றும் அவர்கள் அதேபோல் கடிதங்கள் மூலம் தங்கள் வாழ்க்கை அனுபவங்களை பகிர்ந்து கொண்டு வருகின்றனர்.

அவ்வாறு **காகிதத்தில் தொடங்கிய அந்த நட்பு, தலைமுறைகளைத் தாண்டியும் தொடர்ந்தது.**

ஜனனியின் பயணம்

ஜனனி என்ற ஒரு பெண் இருந்தாள். பள்ளி நாட்களிலேயே அவள் மிகவும் புத்திசாலியாக இருந்து நல்ல மதிப்பெண்கள் பெற்றாள். அதனால் பெற்றோர்களின் பெருமையாகவும் இருந்தாள். பள்ளி முடிந்ததும் சிறந்த கல்லூரியில் சேர்ந்து, புதிய வாழ்க்கையை உற்சாகமாக தொடங்கினாள். ஆரம்பத்தில் நண்பர்களை எளிதாகப் பெற்றுக் கொண்டு மகிழ்ச்சியாக வாழ்ந்தாள். ஆனால் காலப்போக்கில் ஒரு நண்பருடன் ஏற்பட்ட தூரம் அவளின் மனதை பாதித்தது. அதன் பிறகு அவள் தனிமையில் வாழத் தொடங்கினாள்.

படிப்பில் திறமையானவளாக இருந்தாலும், சில பாடங்களில் தேர்ச்சி பெற முடியாமல் அவள் மிகுந்த மனஅழுத்தத்திற்குள் சென்றாள். ஆசிரியர்களும், நண்பர்களும் சில நேரங்களில் அவளைப் புரிந்துகொள்ளாமல் நடந்துகொண்டதால் அவள் மேலும் துன்புற்றாள். ஒரு செமஸ்டரில் தவறில்லாமல் குறைந்த மதிப்பெண் பெற்றதால் கல்லூரியை விட்டு விலகவேண்டும் என்று கூட முடிவு செய்தாள். ஆனால் பெற்றோரின் அன்பும், வாழ்க்கையின் சில கடினமான சூழ்நிலைகளும் அவளை மீண்டும் எழச்செய்தது.

அவள் மீண்டும் உற்சாகத்துடன் படிக்கத் தொடங்கி, அனைத்து அரியர்களையும் கடந்து செல்லப் போராடினாள். அந்த பயணம் மிகவும் கடினமானதாக இருந்தது; பல தடைகள், மனவேதனைகள், நண்பர்களால் ஏற்பட்ட காயங்கள்—இவற்றை எல்லாம் தாண்டி அவள் முன்னேறினாள். தனது மனதை மாற்றிக் கொள்ள, விளையாட்டில் ஈடுபடத் தொடங்கினாள். விளையாட்டு அவளுக்கு புதிய நம்பிக்கையையும், மகிழ்ச்சியையும் கொடுத்தது. விளையாட்டில் ஈடுபட்ட பிறகு, ஜனனிக்கு பல புதிய நண்பர்கள் கிடைத்தனர். அவர்கள் அவளின் மனதை மாற்றி, எப்போதும் அன்பாக கவனித்து, அவளுக்கு உறுதுணையாக இருந்தனர்.தினமும் அவள் சிறிது சிறிதாக மாற்றம் அடைந்து, தன்னம்பிக்கை கொண்டவளாக மாறினாள்.

ஒரு காலத்தில் “நான் அதிர்ஷ்டமில்லாதவள்” என்று எண்ணிய ஜனனி, பின்னர் உணர்ந்தாள்—தன்னிடம் அன்பான பெற்றோர்கள் இருக்கிறார்கள், சரி-தவறை கற்றுக்கொடுக்கிறார்கள், உண்மையான

நண்பர்கள் கிடைத்திருக்கிறார்கள், சிறந்த கல்லூரியில் படிக்கும் வாய்ப்பு கிடைத்திருக்கிறது—இவை எல்லாமே பெரிய அதிர்ஷ்டம் என்று. வாழ்க்கையில் பலர் பெற்றோர்களே இல்லாமல், உடல் குறைபாடுகளுடன், கல்வி வாய்ப்புகள் இல்லாமல் கூட தங்கள் திறமையை நிரூபித்து மகிழ்ச்சியாக வாழ்கிறார்கள் என்பதை நினைத்து, தன்னை புரிந்துகொண்டாள்.

இது ஜனனியின் கதை மட்டுமல்ல; இன்று பல பெண்களின் வாழ்க்கையையும் பிரதிபலிக்கும் ஒரு உண்மை கதை. நல்ல மதிப்பெண்கள் பெறுவது பெற்றோரின் பெருமை; வீட்டைவிட்டு தூரம் சென்று படிப்பது தைரியம்; பெற்றோரின் உணர்வுகளை புரிந்து கொள்வது ஒரு பொறுப்பு. இந்த உண்மைகளை புரிந்தவள் தான் ஒரு நல்ல மகளாக மாறுவாள்.

இறுதியில், ஜனனி தனது கனவை அடைந்தாள்—அரசு வேலை பெற்றாள். அப்போது தான் அவள் உணர்ந்தாள்: அதிர்ஷ்டம் என்பது எதையும் எளிதாகக் கிடைப்பது அல்ல; நாம் முயற்சி செய்து அடையும் திறன் தான் உண்மையான அதிர்ஷ்டம். இந்த எண்ணமே அவளை வெற்றிக்குக் கொண்டு சென்றது.

இந்தக் கதை **ஜனனிக்காக மட்டும் அல்ல…**
“இது நம்முடைய கதையாக இருக்கலாம்” என்று நினைக்கும் ஒவ்வொரு பெண்ணிற்கும் அர்ப்பணிப்பு

காதல் சோதனை

ஒரு சிறிய ஊரில் குமார் என்ற ஒரு இளைஞன் வாழ்ந்து கொண்டிருந்தான். ஒரு நாள் அவன் தனது நண்பனை எதிர்பார்த்து காத்திருந்தபோது, அவன் கண்களுக்கு ஒரு அழகான பெண் தென்பட்டாள். அவளின் அழகு குமாரை மிகவும் கவர்ந்தது. அந்த நாள் முதல் தினமும் அவளைப் பின்தொடர்ந்து பார்க்கத் தொடங்கினான். அவளுடன் பேச வேண்டும் என்ற ஆசை இருந்தாலும், மனதில் இருந்த பயம் காரணமாக அவனால் அதைப் பகிர முடியவில்லை.

ஒரு நாள் அவன் தெரிந்துகொண்டான், அந்த பெண் பேச முடியாதவள் என்று. இருந்தாலும் அவள்மீது அவனுடைய காதல் குறையவில்லை. அவளை தினமும் பார்த்து ரசிப்பதிலேயே அவன் மகிழ்ந்தான். இப்படிக் காலம் சென்றுகொண்டிருந்தபோது, ஒரு நாள் அவன் தனது ஜூனியருடன் அவளை பார்க்க காத்திருந்தான். அந்த ஜூனியர், "அண்ணா, அந்த பெண்ணை நான் அறிவேன். வேண்டுமென்றால் அவளுடைய நம்பரை தருகிறேன்," என்றான். குமார் மிகுந்த உற்சாகத்துடன் அந்த நம்பரை பெற்றான்.

ஆனால் அவளிடம் மெசேஜ் அனுப்ப வேண்டும் என்றால் அவனுக்கு மிகுந்த பதட்டம். இரண்டு நாட்கள் யோசித்தபின், "நான் குமார் " என்று அவளுக்கு மெசேஜ் அனுப்பினான். அதற்கு அவளும் பதில் அளித்தாள். அப்படியே மெதுவாக அவர்கள் இருவரும் மெசேஜ் மூலம் நெருக்கமாகிப், காதலர்களாக மாறினர். ஆனால் அவர்கள் நேரில் சந்தித்ததே இல்லை; மெசேஜ் மூலமாகவே உறவு வளர்ந்தது.

இந்நிலையில், குமாரின் பெற்றோர் அவனை திருமணம் செய்ய அழுத்தம் கொடுக்கத் தொடங்கினர். குமார் அதைத் தவிர்த்துக் கொண்டிருந்தான். ஆனால் திடீரென அவனுடைய அம்மாவின் உடல்நிலை மோசமடைந்தது. அதனால், "என் ஆசை நீ கல்யாணம் பண்ணிக்கணும்" என்று கேட்டார். இதனால் குமார் தனது காதலியிடம் எல்லாவற்றையும் சொல்லி, "நாளை உன் வீட்டுக்கு வந்து பேசுகிறேன்" என்றான்.

அடுத்த நாள் குமார் தனது குடும்பத்துடன் அவளது வீட்டுக்கு சென்றான். அங்கே இரு குடும்பங்களும் அமைதியாக இருந்தனர். குமார், "மாயா

எங்கே?" என்று கேட்டான். அதற்கு அவர்கள், "நீ ஜெயாவை காதலிக்கிறாய் இல்லையா? ஏன் மாயாவைப் பற்றி கேட்கிறாய்?" என்று கேட்டனர். குமார் அதிர்ச்சியில் நின்றான். அப்போது இரு ஒரே மாதிரியான தோற்றமுள்ள சகோதரிகள் உள்ளே வந்தனர்.

குமாரின் மனம் குழப்பமாகியது. "நீ யாரை தேர்வு செய்கிறாய்?" என்று அவர்கள் கேட்டனர். சிறிது யோசித்த குமார், "நான் ஜெயாவையே காதலிக்கிறேன். அவளுடன் தான் என் திருமணம் நடக்க வேண்டும்," என்றான். பின்னர் இரு சகோதரிகளும் அவனை தனியாக பேச அழைத்தனர்.

அப்போது மாயா கோபமாக, "நான் உன்னுடன் இவ்வளவு நாள் பேசினேன். என்கிட்ட தான் நீ நெருக்கமாக இருந்தாய். அப்படியிருக்க நீ ஏன் என் அக்காவை தேர்வு செய்தாய்?" என்று கேட்டாள். குமார் அமைதியாக, "நான் முதலில் பார்த்ததும், காதலித்ததும் உன் அக்காவைத்தான். மெசேஜில் நான் பேசினது அவளுடன் தான் என்று நினைத்தேன். நான் காதலிப்பது அவளுடைய குணத்தையும், அமைதியையும் தான். உன் அக்காவை என்னைவிட யாரும் நன்றாக கவனிக்க மாட்டார்கள். அதனால் நான் அவளையே தேர்வு செய்கிறேன்," என்றான்.

இதைக் கேட்ட இருவரும் சிரித்தனர். மாயா சொன்னாள், "நாங்கள் இரட்டையர்கள் இல்லை. ஜெயா ஒரு ரோபோ. என் பெயர் மாயா ஜெயா. இது என் ப்ராஜெக்ட்." அங்கே இருந்தவர்கள் எல்லோரும் பேராசிரியர்கள். மாயா தனது திட்டத்தை விளக்கினாள்: "இப்போது பல ஆண்கள் பெண்களின் அழகைப் பார்த்து மட்டுமே காதலிக்கிறார்கள். ஆனால் சிலர் மட்டும் குணத்தையும் உணர்வுகளையும் மதிக்கிறார்கள். அதற்கான சான்று நீ."

அவள் தொடர்ந்து, "நான் பள்ளி நாட்களிலிருந்தே உன்னை காதலித்தேன். ஆனால் பேசத் துணியவில்லை. இந்த திட்டத்தின் மூலம் உன்னை சோதிக்க முடிவு செய்தேன்," என்றாள்.

இறுதியில் அவள் குமாரை அணைத்துக் கொண்டு, “நான் உன்னை உண்மையாகவே காதலிக்கிறேன்,” என்றாள். குமார் இன்னும் அதிர்ச்சியிலேயே இருந்தான். “உன் திட்டம் வெற்றி பெற்றதா, இல்லையா எனக்கு தெரியவில்லை. ஆனால் என் காதல் வெற்றி பெற்றது,” என்றான்.

இருவரும் ஒருவரை ஒருவர் புரிந்து கொண்டு, பின்னர் குடும்பங்களின் ஆசீர்வாதத்துடன் திருமணம் செய்து கொண்டு மகிழ்ச்சியாக வாழ்ந்தனர்.

உண்மையின் அழகு

ஒரு பள்ளியில் இளவரசி என்ற ஒரு மாணவி இருந்தாள். அவள் மிகவும் புத்திசாலி. எப்போதும் உண்மையை மட்டுமே பேசுவாள். நண்பர்களை எல்லாம் அன்பாக கவனிப்பாள். அவள் நல்ல மனசு கொண்டவள் என்பதால் அனைவருக்கும் மிகவும் பிடித்தவள்.

ஒருநாள் அவளது நெருங்கிய தோழி கேட்டாள்:
"நீ தினமும் சைக்கிளில் பள்ளிக்கு வர்றே? உன் அப்பா எங்கே?"

அதற்கு இளவரசி சிரித்துக்கொண்டு,
"என் அப்பா வேலைல ரொம்ப பிஸி. எனக்கு சைக்கிள்ல தனியா வர்றது ரொம்ப பிடிக்கும். அது என் ஆசை," என்றாள்.

ஞாயிற்றுக்கிழமை முடிந்து திங்கட்கிழமை வந்தது. அந்த நாள் இளவரசி மிகவும் சந்தோஷமாக இருந்தாள்.
"நேற்று நான் என் அம்மாவும் அப்பாவும் கூட நாள் முழுக்க செலவழிச்சேன்," என்று மகிழ்ச்சியாக நண்பர்களிடம் பகிர்ந்தாள்.

இளவரசி படிப்பிலும் சிறந்தவள். அவள் எல்லா நண்பர்களுக்கும் படிக்க உதவுவாள்.
ஒரு நண்பி கேட்டாள்:
"நீ எப்போதும் நல்ல மார்க் எடுக்கறே, எப்படி?"

அவள் சொன்னாள்:
"என் அப்பா தினமும் எனக்கு ஊக்கமளிப்பார்."

பரிட்சைகள் முடிந்தது. அனைவரும் நல்ல மதிப்பெண்கள் பெற்றார்கள். வாழ்க்கை வழக்கம்போல் சென்றுகொண்டிருந்தது.

ஒருநாள் இளவரசி தலையில் கட்டுப் போட்டுக்கொண்டு பள்ளிக்கு வந்தாள். நண்பர்கள் கவலையுடன் கேட்டார்கள்:
"என்ன ஆயிற்று? ஏன் கட்டுப் போட்டிருக்க?"

அவள் மெதுவாக,
"என் அப்பா என்னை அடிச்சார்... தலையில் காயம்," என்றாள்.

அதை கேட்ட நண்பர்கள் அதிர்ச்சியடைந்தார்கள்.
“ஏன் அடிச்சார்?” என்று கேட்டார்கள்.

“எனக்கே தெரியல... காரணம் இல்லாமே அடிச்சார்,” என்றாள்.

அதன் பிறகு, அவளது நண்பர்கள் அவளுடன் பேசுவதை முற்றிலும் நிறுத்திவிட்டார்கள்.
எதற்கும் காரணம் தெரியாமல் தன்னைத் தவிர்த்துக் கொண்டிருப்பதை பார்த்து, இளவரசி மிகவும் மனவேதனை அடைந்தாள்.
நான் என்ன தவறு செய்தேன்?’ என்ற எண்ணத்தில் அவள் தினமும் கவலையுடன் துன்பப்பட்டாள்.

பள்ளியின் வருடாந்திர விழா வந்தது. நிகழ்ச்சி முடிவில் இளவரசி தனது ஆசிரியரிடம் சென்று,
“மேம், எனக்கு கொஞ்சம் பேசணும்,” என்றாள்.

மைக் பிடித்துக் கொண்டு, அவள் பேச ஆரம்பித்தாள்:

“எல்லாரும் என்ன மன்னிக்கணும்... நான் ஒரு உண்மையை சொல்லணும்.
எனக்கு அப்பா இல்லை... ஒரு வருடம் முன்பு விபத்தில் அவர் இறந்துவிட்டார்.

நான் இதை மறைக்கல... நான் என் மனசுல அவர் இன்னும் என்னோட இருக்கார் என்று நினைக்கிறேன்.
அவர் உடலாக இல்லையென்றாலும், என் நினைவில் அவர் எப்போதும் இருக்கார்.

இந்த விஷயத்தைக் கூட நான் என் நண்பர்களிடம் ஒருபோதும் பகிர்ந்ததில்லை. அவர்கள் எப்போதும் என் அப்பாவைப் பற்றி கேட்டால், ‘அவர் வேலைக்காக ரொம்ப பிஸி’ என்று தான் சொல்லுவேன். ஆனால் உண்மையில், நான் அப்படித்தான் நினைத்து வாழ்கிறேன்.

நான் என் அம்மாவுடன் மட்டும் வெளியூர் போனாலும், நண்பர்களிடம் ‘நான் அம்மாவும் அப்பாவும் சேர்ந்து போனேன்’ என்று சொல்வேன். ஏனென்றால், என் மனசுக்கு அப்படித்தான் உணர்ச்சி வருகிறது. என் அப்பா இல்லையென்ற உண்மையை ஏற்க மனசு தயாராக இல்லை; அவர்

எப்போதும் என்னோடு இருக்கிறார் என்று நான் நம்பிக்கையுடன் வாழ்கிறேன்.

நான் தலையில் காயம் என்றதும் உண்மைதான்...
அது என் அப்பாவின் படம் விழுந்ததால் தான்.
அதை நான் 'அவர் அடிச்சார்'ன்னு சொன்னேன்... ஏன்னா அவர் இன்னும் என்னோட இருக்கிறார் என்று நான் உணர்கிறேன்.

என் வாழ்க்கையில் நான் இன்று எவ்வளவு வளர்ச்சி அடைந்திருக்கிறேனோ, அதற்கான முக்கிய காரணம் என் அப்பாதான்.

ஒரு பெண் 'அவள் படிப்பில் பலவீனமானவள், ஒழுக்கம் இல்லாதவள், மரியாதை தெரியாதவள்' என்று யாரும் சொல்லக்கூடாது என்று நான் நினைக்கிறேன். அதற்காகத்தான் நான் தினமும் என்னை மேம்படுத்திக் கொண்டு படிப்பிலும் முன்னேறி, எல்லோரையும் அன்பாக கவனித்து, அனைவருக்கும் மரியாதை கொடுத்து வாழ்கிறேன். இதற்கெல்லாம் காரணம் என் அப்பா கொடுத்த வழிகாட்டுதல்தான்.

நீங்கள் எல்லாரும் 'ஏன் இத்தனை நாள் இந்த உண்மையை மறைத்தாய், இப்போது சொல்கிறாய்?' என்று நினைக்கலாம். அதற்குக் காரணம் என்னவென்றால், எனக்கு என் வகுப்பில் நிறைய நண்பர்கள் இருக்கிறார்கள். என் அப்பா இல்லாத காரணத்தால் யாரும் என்னை தனியாகப் பார்க்கக் கூடாது, அல்லது என்னிடம் தனிப்பட்ட இரக்கம் காட்டக் கூடாது என்று நான் நினைத்தேன்.

'உனக்கு அப்பா இல்லையே, நான் உதவுகிறேன்' என்று சொல்லி யாரும் எனக்கு விசேஷ கவனம் காட்ட வேண்டாம். எனக்கு அப்படி ஒரு இரக்கம் தேவையில்லை. எல்லாரும் என்னை ஒரு சாதாரண நண்பியாகவே பார்த்து, அதேபோல பேசிக் கொண்டு, அன்பாக நடந்து கொண்டால் போதும்.

ஆனால் இப்போது நான் இந்த உண்மையை சொல்ல காரணம் என்னவென்றால், சமீபத்தில் என் நண்பர்கள் என்னிடம் பேசுவதை நிறுத்திவிட்டார்கள். அதற்குக் காரணம் இதுதான் என்று நான் நினைக்கிறேன். நான் அவர்களிடம் உண்மையை சொல்ல முயற்சி செய்தேன்... ஆனால் அவர்கள் என்னைத் தவிர்த்துவிட்டார்கள்.

அவள் பேசிக் கொண்டிருந்தபோது, பின்னால் இருந்து ஒரு குரல்:

“ஹேப்பி பர்த்டே இளவரசி!”

அவள் திரும்பி பார்த்தாள்.
அவளது நண்பர்கள் எல்லாம் கேக் எடுத்துக்கொண்டு வந்தனர்.

“இன்று உன் பிறந்தநாள்! உனக்கு சர்ப்ரைஸ் கொடுக்க நாங்கள் திட்டமிட்டோம். அதனால்தான் உன்னிடம் பேசாம இருந்தோம்!” என்றார்கள்.

அதை கேட்ட இளவரசி கண்களில் கண்ணீர் வழிந்தது…
ஆனால் அது துக்க கண்ணீர் இல்லை… மகிழ்ச்சி கண்ணீர்.

நண்பர்கள் எல்லோரும் அவளை அணைத்துக்கொண்டு:
“நீ எப்போதும் எங்களோட நண்பி தான்… எப்போதும் அப்படித்தான் இருப்பாய்,” என்றார்கள்.

அந்த நாள் இளவரசியின் வாழ்க்கையில் மறக்க முடியாத நாளாக மாறியது.

உண்மையான அன்பும் நினைவுகளும் எப்போதும் நம்மை வலிமையாக்கும்

கனவுகளும் போட்டியும்

அபி மற்றும் சுபி என்ற இரண்டு பெண்கள் இருந்தார்கள். அவர்கள் பள்ளி நாட்களிலிருந்தே ஒரே வகுப்பில் படித்தார்கள். அவர்களின் தோற்றம் கூட ஒன்றுபோலவே இருந்தது. உயரம், உடல் எடை, நடத்தை—எல்லாமே ஒரே மாதிரி. யாராவது பார்த்தால், அவர்கள் இரட்டையர்கள் என்று நினைப்பார்கள்.

பள்ளி முடிந்த பிறகு, இருவரும் ஒரே கல்லூரியில், ஒரே பாடப்பிரிவில் சேர்ந்தார்கள். அந்த கல்லூரியில் பெண்கள் எல்லா விளையாட்டுகளிலும் சிறந்து விளங்கினார்கள். ஆனால் பேட்மிண்டன் மற்றும் கால்பந்து மட்டும் பலவீனமாக இருந்தது.

அதை கவனித்த அபி, “நான் பேட்மிண்டன் விளையாடப் போகிறேன்” என்று முடிவு செய்தாள். சுபி, “நான் கால்பந்து விளையாடப் போகிறேன்” என்று தீர்மானித்தாள். இருவரும் தங்கள் அணிகளில் சேர்ந்து, முழு முயற்சியுடன் விளையாட ஆரம்பித்தார்கள்.

அவர்கள் தங்களுக்காக மட்டும் அல்லாமல், அணியில் உள்ள மற்ற பெண்களையும் ஊக்குவித்து, அவர்களின் திறமைகளை வளர்த்தார்கள். அவர்களின் உழைப்பால், மெதுவாக அந்த இரண்டு விளையாட்டுகளும் கல்லூரியில் முன்னேற ஆரம்பித்தது.

ஒரு நாள், அபியின் அணியில் இருந்த ஒரு பெண் காணாமல் போனாள். அனைவரும் அவளை தேடிக் கொண்டிருந்தார்கள். அடுத்த நாள் போட்டி இருந்ததால், அபி மிகவும் பயந்தாள்.

அந்த நேரத்தில், சுபி அந்த பெண் ஒரு ஆணுடன் வெளியே செல்வதை பார்த்தாள். உடனே அவள் வெளியே சென்று அவளை தேட ஆரம்பித்தாள். சிறிது நேரத்தில், ஒரு மரத்தின் கீழ் அந்த பெண் ஒரு ஆணுடன் அமர்ந்திருந்ததை பார்த்தாள்.

அதை பார்த்த சுபி கோபமாக அவளை கூப்பிட்டு,
“என்ன செய்கிறாய் இங்கே? உன் அணியினர் எல்லாம் உன்னை தேடுகிறார்கள்!” என்று சத்தமாக கேட்டாள்.

அவள் அருகில் சென்று, அவளை கோபத்தில் அடித்தும் விட்டாள்.
“நாளைக்கு போட்டி இருக்கிறது... நீ இங்கே என்ன செய்கிறாய்?” என்று சுபி கடுமையாக கேட்டாள்.

அந்த பெண் பயந்து, அமைதியாக நின்றாள்…

அப்போது சுபி அந்த பெண்ணிடம்,
“இவர் யார்?” என்று கேட்டாள்.

அந்த பெண் அமைதியாக பதிலளித்தாள்:
“இவர் என் கணவர்…”

சுபி அதிர்ச்சியடைந்தாள். அந்த பெண் தொடர்ந்தாள்:
“நான் பன்னிரண்டாம் வகுப்பு முடிந்தவுடன், என் பெற்றோரின் கட்டாயத்தால் திருமணம் செய்து கொண்டேன். அதன் பிறகு என் கணவரின் வீட்டிற்கு சென்றேன். ஆனால் நான் மகிழ்ச்சியாக இல்லை. ஒருநாள் என் கணவர் என்னிடம் என் ஆசை என்ன என்று கேட்டார். அப்போது நான் ‘எனக்கு படிக்க வேண்டும்’ என்று சொன்னேன்.”

“அவர் என் கனவை மதித்து, என்னை இங்கே படிக்க அனுப்புகிறார். இதை என் பெற்றோர்களுக்கும் தெரியாது… என் கல்லூரி நண்பர்களுக்கும் தெரியாது. இன்று என் திருமண நாள்… அதனால் அவர் என்னை பார்க்க வந்தார்.”

இதைக் கேட்ட சுபி கண்களில் நீர் மல்கி, அவளை அணைத்துக்கொண்டாள்.
“உன் கணவர் ஒரு உண்மையான நல்ல மனிதர்… ஒரு பெண்ணின் ஆசையை மதிக்கிறவர்,” என்று பாராட்டினாள்.

பின்னர் அவளை அபியிடம் கொண்டு சென்று,
“அவள் வெளியே மைதானத்துக்கு அருகில் இருந்தாள்,” என்று மட்டும் சொன்னாள்.

அதற்குப் பிறகு, இரு அணிகளும் முழு முயற்சியுடன் பயிற்சி செய்து, மண்டல அளவிலான போட்டியில் வெற்றி பெற்றார்கள்.

அவர்களின் திறமையை பார்த்த கல்லூரி நிர்வாகம், ஒரு பெண்கள் பயிற்சியாளரை நியமித்தது. அந்த பயிற்சியாளர் மிகவும் திறமையானவர். அவர் அவர்களுக்கு பயத்தை கடக்கவும், எதிரணி அணிகளை எதிர்கொள்ளவும் கற்றுக் கொடுத்தார்.

பின்னர் மாவட்ட அளவிலான போட்டிகள் வந்தன. அபி மற்றும் சுபியின் அணிகள் சிறப்பாக விளையாடினாலும், வெற்றி பெற முடியவில்லை.

இப்படியே மூன்று ஆண்டுகள் கடந்தும், அவர்கள் அந்த நிலையை அடைய முடியவில்லை.

இறுதி ஆண்டில், ஒரு நாள் அவர்கள் நண்பர்களுடன் பிறந்தநாள் விழாவிற்கு வெளியே சென்றார்கள்

அந்த பிறந்தநாள் கொண்டாட்டத்தில் இருந்தபோது, திடீரென்று ஒரு விபத்து நடந்தது. சுபி அதில் சிக்கிக் கொண்டாள். அதை பார்த்த அபி உடனே அவளை மருத்துவமனைக்கு கொண்டு சென்று சேர்த்தாள்.

சில நாட்களில் சுபி நலம் அடைந்தாள். ஆனால் அவளால் முன்புபோல் வேகமாக ஓட முடியவில்லை. அவள் நிற்க முடிந்தாலும், முழு திறனுடன் விளையாட முடியாத நிலை.

இது மிகவும் கடினமான சூழ்நிலை. இருந்தாலும், சுபி மனம் தளரவில்லை. “எப்படி இருந்தாலும் நான் விளையாடுவேன்” என்று உறுதியுடன் முடிவு செய்தாள்.

இறுதி போட்டி வந்தது. இரு அணிகளும் தங்கள் முழு திறமையையும் காட்டி விளையாடின. அனைவரின் ஆச்சரியத்திற்கும், இரண்டு அணிகளும் வெற்றி பெற்றன! அவர்கள் கனவு நனவானது.

பரிசளிப்பு நேரம் வந்தது. அப்போது ஒரு பெரிய திருப்பம்—
பேட்மிண்டன் வெற்றிக்காக “சுபி” என்ற பெயரும்,
கால்பந்து வெற்றிக்காக “அபி” என்ற பெயரும் அறிவிக்கப்பட்டது!

அனைவரும் அதிர்ச்சியடைந்தார்கள். உண்மையில், பயிற்சியாளரின் ஆலோசனையின்படி, அபி மற்றும் சுபி தங்கள் விளையாட்டுகளை மாற்றிக் கொண்டு விளையாடியிருந்தார்கள்.

அப்போது அபி மைக்கை எடுத்துக் கொண்டு பேச ஆரம்பித்தாள்:

“முதலில் நான் ஒரு நபருக்கு நன்றி சொல்ல வேண்டும்... அவள் பெயர் சுபி. பள்ளி நாட்களிலிருந்தே அவள் என் போட்டியாளர். நாங்கள் எப்போதும் ஒரு போட்டியில் இருந்தோம்—யார் அதிக மதிப்பெண் எடுப்பார்கள், யார் சிறந்தவர், யார் முன்னேறுவார்கள் என்று.”

“பள்ளி முடிந்த பிறகு, நாங்கள் ஒரே கல்லூரியில் சேர்ந்தோம். எங்கள் போட்டி விளையாட்டிலும் தொடர்ந்தது. ஆனால் இன்று... அந்த போட்டி இன்னும் முடிவடையவில்லை. இது ஒரு ‘டை’ (draw).”

“ஒருநாள் நிச்சயம் நம்மில் ஒருவர் வெல்வோம். ஆனால் அந்த நாள் வரைக்கும், நான் என் முழு முயற்சியையும் விடுவேன்.”

“ஒரு விஷயம் எல்லோரும் நினைவில் வைத்துக்கொள்ள வேண்டும்—
வெற்றி என்பது எதிரியை அழிப்பது அல்ல... அவரை கடந்து செல்வது.”

“மேலும், சில நேரங்களில் ‘எதிரிகள்’ தான் நம்மை உயர்த்துகிறார்கள். நண்பர்கள் சில ஆண்டுகளில் விலகிவிடலாம். ஆனால் உண்மையான போட்டியாளர் நம்மை எப்போதும் முன்னேற்றுவார். என் பள்ளி நண்பர்கள் பலர் இன்று என்னுடன் இல்லை... ஆனால் சுபி எப்போதும் என்னுடன் இருக்கிறாள்.”

அவள் பேச்சை முடித்ததும், அனைவரும் கைதட்டினார்கள். அபி மற்றும் சுபி ஒருவரை ஒருவர் அணைத்துக்கொண்டார்கள்.

அபி மற்றும் சுபி இருவரும் வெற்றிக்குப் பிறகு ஒருவரை ஒருவர் அணைத்துக்கொண்டார்கள். அந்த நேரத்தில் அபி சுபியிடம்,
“அந்த நாள் நீ அந்த பெண்ணுக்கு உதவியது நன்றி... அவள் அந்த இரவு நடந்த உண்மையையே சொல்லிவிட்டாள்,” என்றாள்.

அதற்கு சுபி சிரித்துக்கொண்டு,
“நீயும் என்னை விபத்தில் காப்பாற்றினாய்... அதற்கு நன்றி. ஆனால் இந்த உதவிகள் எல்லாம் நமக்காக இல்லை... நம்முடைய போட்டி தொடர வேண்டுமென்றுதான்,” என்றாள்.

இருவரும் சிரித்தார்கள். அவர்களின் நட்பும், போட்டியும் ஒன்றாக கலந்தது.

அப்போது இன்னொரு பெரிய திருப்பம்...

அந்த பெண்—அவள் பெயர் கீர்த்தி—அங்கு வந்தாள். அவள் பயிற்சியாளரிடம் சென்று,
“நன்றி மேடம்...” என்று சொல்லி, அவரை அணைத்துக்கொண்டாள்.

அதை பார்த்த அனைவரும் அதிர்ச்சியடைந்தார்கள்.

ஏன் என்றால்... அந்த பயிற்சியாளர் கீர்த்தியின் மாமியார்!

அது மட்டும் இல்லாமல், கீர்த்தியின் வாழ்க்கையின் பின்னணி இன்னும் ஆச்சரியமானது.

கீர்த்தி பள்ளியில் படித்தபோது, அந்த பயிற்சியாளர் அவளுடைய ஆசிரியராக இருந்தார். கீர்த்தி குடும்ப அழுத்தத்தில் இருந்ததை அறிந்த அவர், அவளின் வாழ்க்கையை காப்பாற்ற முடிவு செய்தார்.

அவர் தனது மகனை கீர்த்தியுடன் திருமணம் செய்து வைத்தார். ஆனால் ஒரு சாதாரண மாமியாராக இல்லாமல், ஒரு நல்ல மனிதராக இருந்து, கீர்த்தியின் கனவுகளை மதித்தார். அவளை படிக்கச் செய்து, அவளின் வாழ்க்கையை முன்னேற்ற உதவினார்.

அதனால் தான் கீர்த்தியின் கணவர் அவளை மதித்து, அவள் படிப்பை தொடர அனுமதித்தார்.

அதை பார்த்த அனைவரும் உணர்ந்தார்கள்—

போட்டி இருந்தாலும், அது ஒருவரை ஒருவர் உயர்த்தும் வகையில் இருந்தால்... அதுவே உண்மையான வெற்றி
ஒரு நல்ல பெண், ஒரு நல்ல குடும்பத்தை உருவாக்க முடியும்.
ஒரு நல்ல மாமியார், ஒரு பெண்ணின் வாழ்க்கையை மாற்ற முடியும்.

உயிர்கள் இணைக்கும் பாசம்

ஒரு அழகான கிராமத்தில் இளவரசன்என்ற ஒரு சிறுவன் வாழ்ந்து வந்தான். அந்த கிராமத்தில் அவன் மிகவும் பணக்கார குடும்பத்தைச் சேர்ந்தவன். ஆனால் அவன் செல்வம் பணத்தில் இல்லை; அவனுடைய உண்மையான செல்வம் அவனுடைய நண்பர்கள்தான். அவன் எப்போதும் தனது நண்பர்களுடன் மகிழ்ச்சியாக வாழ்ந்து வந்தான்.

இளவரசனுக்கு பல நண்பர்கள் இருந்தனர். அவர்களில் ஒருவன் “லூசன்” என்ற நெருக்கமான நண்பன். அவன் இளவரசனின் நடக்க உதவும் நண்பன். தினமும் காலை அவனை பள்ளிக்கு அழைத்துச் சென்று, மாலை முழுவதும் காத்திருந்து மீண்டும் வீட்டிற்கு அழைத்து வந்து விடுவான். அவன் இளவரசனை மிகவும் அன்பாகவும் கவனமாகவும் பார்த்துக் கொண்டான். இளவரசனுக்கு அவன் மீது மிகுந்த நம்பிக்கையும் பாசமும் இருந்தது.

அதேபோல், “லில்லி” என்ற இன்னொரு நண்பியும் இருந்தாள். அவள் மிகவும் இனிமையான குரல் கொண்ட ஒரு பாடகி. தினமும் இரவு இளவரசன் தூங்கும்போது, அவள் மெதுவாக இனிய பாடல் பாடி அவனை உறங்கச் செய்வாள். அவளது குரல் இளவரசனுக்கு அமைதியையும் மகிழ்ச்சியையும் கொடுத்தது.

மேலும், இளவரசனை குளிப்பாட்டும் ஒரு நண்பனும் இருந்தான். தினமும் அவன் நீரில் விளையாடும் போது, அவனுடன் சேர்ந்து குளித்து மகிழ்ந்தான். அந்த நண்பன் இளவரசனை மிகவும் அன்பாக பார்த்துக் கொண்டு, அவன் சுகமாக இருக்க உதவினான்.

இளவரசனுக்கு “குக்கூன்” என்ற ஒரு சுறுசுறுப்பான நண்பனும் இருந்தான். அவன் தினமும் இளவரசனுடன் விளையாடி, ஓட்டப் போட்டி போட்டு மகிழ்ந்தான். யார் வெற்றி பெறுவார்கள் என்று தினமும் போட்டி இருக்கும். ஆனால் அந்த போட்டி சண்டையில்லாத, அன்பான போட்டி.

இளவரசன் நல்ல மனம் கொண்டவன். அவன் தனது நண்பர்களுக்கெல்லாம் உதவி செய்வான். அவன் தினமும் அவர்களுக்கு உணவு கொடுத்து, அவர்களின் வளர்ச்சிக்காக கவனித்துக் கொண்டான். அவன் அன்பால் பலரும் வளர்ந்து நல்ல நிலையில் வந்தார்கள். அதனால் அவனுக்கு பல நண்பர்கள் இருந்தார்கள்.

இளவரசனுக்கு ஒரு அப்பா இருந்தார். அவர் எப்போதும் அவனுக்கு நிழலாக இருந்து, அவனை பாதுகாத்து கவனித்தார். அவன் எங்கு சென்றாலும், அவன் அப்பாவின் அன்பும் பாதுகாப்பும் அவனை சுற்றி இருந்தது.

அதேபோல், அவனுக்கு ஒரு அன்பான அம்மாவும் இருந்தாள். அவள் தனது மகன் மீது மிகுந்த பாசம் வைத்திருந்தாள். தினமும் இளவரசன் தனது அம்மாவின் மடியில் தலையிட்டு தூங்குவான். அவளது அன்பில் அவன் மன அமைதியையும் நிம்மதியையும் பெற்றான்

ஒரு நாள் இளவரசன் படிக்கும் பள்ளியில் ஆசிரியர் ஒரு அறிவிப்பு செய்தார். “நாளை குடும்ப நாள் (Family Day) கொண்டாடப் போகிறோம். ஒவ்வொரு மாணவரும் தங்களது குடும்பத்தைப் பற்றி மேடையில் பேசி காட்ட வேண்டும்” என்றார். இதை கேட்ட அனைத்து மாணவர்களும் மகிழ்ச்சியுடன் தயாராக ஆரம்பித்தார்கள்.

போட்டி நாள் வந்தது. பள்ளி முழுவதும் உற்சாகமாக இருந்தது. பல மாணவர்கள் தங்கள் பெற்றோர்களுடன் வந்திருந்தார்கள்.

இளவரசன் தனது உரையை தொடங்கினான்:
“என் குடும்பத்தையும், என் நண்பர்களையும் நான் இங்கே வரவேற்கிறேன்” என்றான்.

அவன் முதலில் சொன்னான்: “என் நடக்க உதவும் நண்பன் லூசன்.”
அதை கேட்டவுடன் அனைவரும் ஆச்சரியமாக பார்த்தனர். அப்போது ஒரு அழகான நாய் மேடைக்கு ஓடி வந்தது. அது தான் லூசன். அனைவரும் கைதட்டினர்.

அடுத்து அவன் சொன்னான்: “என் பாடகி நண்பி லில்லி.”
உடனே ஒரு வண்ணமயமான அழகான பறவை பறந்து வந்து மேடையில் அமர்ந்தது. அவள் இனிமையாக கீச்சென்று ஒலி எழுப்பினாள். அது அனைவரையும் கவர்ந்தது.

பிறகு அவன் கூறினான்: “என்னை தினமும் குளிப்பாட்டும் என் நண்பன்.”
அப்போது ஒரு பெரிய யானை மேடைக்கு வந்தது. அது தன் தும்பிக்கையால் தண்ணீர் தெளிப்பது போல செய்து அனைவரையும் சிரிக்க வைத்தது.

அடுத்து: “என் விளையாட்டு மற்றும் போட்டி நண்பன் குக்கூன்” என்றான். ஒரு சுறுசுறுப்பான குரங்கு குதித்து மேடைக்கு வந்து நின்றது. அது துள்ளி விளையாடியது. அனைவரும் மகிழ்ச்சியடைந்தனர்.

அனைத்து நண்பர்களும் பழங்கள், காய்கறிகள், பூக்கள் கொண்டு வந்தனர். அவை எல்லாம் இளவரசன் வளர்த்த செடிகள். அவன் அன்பால் வளர்ந்தவை. இப்போது அவை அவனுக்கு நன்றி சொல்ல வந்த பரிசுகள்.

பிறகு இளவரசன் தனது அப்பாவை அறிமுகப்படுத்தினான்:
“என் அப்பா எப்போதும் எனக்கு நிழலாய் இருப்பவர்” என்றான்.
அப்போது ஒரு பெரிய மரத்தை காட்டினான். அந்த மரம் அவனுக்கு வீடாகவும் பாதுகாப்பாகவும் இருந்தது. அதை பார்த்த அனைவரும் உணர்ச்சியடைந்தனர்.

இறுதியாக அவன் சொன்னான்:
“என் அம்மா... அவள் தான் பூமி. நான் தினமும் அவளது மடியில் தான் தூங்குகிறேன். அதுதான் எனக்கு அமைதியும் நிம்மதியும் தருகிறது.”

அந்த வார்த்தைகளை கேட்ட அனைவரும் கண்களில் நீர் நிரம்பியது.

உரையின் முடிவில் இளவரசன் சொன்னான்:
“இவர்கள் எல்லாரும் தான் என் உலகம்.”

அந்த நாளில் அனைவரும் ஒரு பெரிய உண்மையை புரிந்துகொண்டார்கள். நட்பு மற்றும் குடும்ப பாசம் மனிதர்களிடமட்டுமல்ல, மற்ற உயிரினங்களிடமும் கிடைக்கிறது. சில நேரங்களில் அந்த அன்பு மனிதர்களைவிட அதிகமாகவும் உண்மையாகவும் இருக்கும்.

இளவரசன் வாழ்க்கை நமக்கு சொல்லுவது —
அன்பு, பாசம், உதவி செய்யும் மனம் இருந்தால், இந்த உலகமே நம் குடும்பமாக மாறிவிடும்.

அவள் வாழ்வு

ஒரு கதையை பகிர்ந்து கொள்ள வேண்டும்... இது ஒரு பெண்ணின் கதை மட்டும் இல்லை, பல பெண்களின் வாழ்க்கை உண்மை. நாம் இந்த உலகில் பிறந்தது ஏன்? வாழ்வதற்காகத்தானா? அல்லது மற்றவர்களுக்காக வாழ்வதற்காகத்தானா? என்ற கேள்வி பல பெண்களின் மனதில் எப்போதும் ஓடிக்கொண்டே இருக்கும்.

பெண்கள் எல்லாரும் ஒரே மாதிரி இல்லை. அவர்களை ஒரு கோட்டில் வைத்து அளவிட முடியாது. சில பெண்கள் சேலை அணிவார்கள்... ஆனால் அந்த சேலை அவர்கள் உடலை மட்டும் மறைக்கவில்லை. அது அவர்கள் மனதில் இருக்கும் வலிகளையும், அவர்களின் உணர்ச்சிகளையும், அவர்களின் தியாகங்களையும் மறைக்கிறது. ஒரு பெண் திருமண வாழ்க்கையில் சந்திக்கும் சிரமங்களை வெளியில் சொல்ல முடியாமல், அந்த சேலையின் மடிப்புகளில் மறைத்து வைத்திருப்பாள்.

சில பெண்கள் தங்களின் கனவுகளை விட்டுவிட்டு, குடும்பத்திற்காக வாழ்கிறார்கள். அவர்கள் விரும்பிய வாழ்க்கை வேறு... ஆனால் அவர்கள் வாழும் வாழ்க்கை வேறு. “எனக்கு இது பிடிக்கும்” என்று சொல்லாமல், “இது குடும்பத்துக்கு நல்லது” என்று நினைத்து வாழும் அந்த மனம் எவ்வளவு பெரிது? அவர்களது ஆசைகள் மெதுவாக மங்கிவிடும்... ஆனால் முகத்தில் சிரிப்பு மட்டும் இருக்கும்.

சில பெண்களுக்கு சேலை அணிவது கூட பிடிக்காது. ஆனாலும் சூழ்நிலைக்கு உட்பட்டு அணிவார்கள். அந்த சேலையின் மடிப்புகள் – “மடிப்பு” – அவர்களது உள்ளத்தின் கதைகளை தாங்கிக்கொண்டு இருக்கும். வெளியே அழகாகத் தெரியும் அந்த தோற்றம், உள்ளே ஒரு போராட்டத்தை மறைத்து இருக்கும்.

யாருக்குத் தெரியும் அந்த உணர்வுகள்? சிலருக்கு தெரியும்... அவள் முடியில் அணியும் மலர்களுக்கு தெரியும். ஒவ்வொரு பூவும் அவளது மனதின் ஒரு சொல் போல இருக்கும். அவள் சிரிக்கும் போது கூட, அந்த மலர்கள் அவளது உண்மையான உணர்வுகளை உணர்ந்து கொண்டிருக்கும். அவள் முடியை கட்டும் அந்த நேரத்தில், அவளது மனசு என்ன பேசுகிறது என்று அவள் முடி கூட அறியும்.

அவளது கண்களை பாருங்கள்... அது ஒரு கிணறு போல இருக்கும். கண்ணீர் நிறைந்திருக்கும்... ஆனால் வெளியே வர முடியாது. அழ வேண்டிய உரிமை கூட அவளுக்கு இல்லாத தருணங்கள் இருக்கும். கிணற்றில் தண்ணீர் இருக்கிறது... ஆனால் யாராவது எடுத்தால் தான் அது வெளியில் வரும். அதுபோல, அவளது கண்ணீர் கூட யாருக்காவது தேவையாக இருந்தால் தான் வெளியே வரும். இல்லையென்றால் அது உள்ளேயே அடங்கி விடும்.

பெண்கள் அணியும் பொட்டு... வளையல்கள்... அவை எல்லாம் வட்ட வடிவம். அது ஒரு அழகு பொருள் மட்டும் இல்லை. சில பெண்களின் வாழ்க்கையும் அதுபோல ஒரு வட்டம் போலவே இருக்கும். தினமும் அதே வேலை... அதே சுமை... அதே சுழற்சி. மாற்றம் இல்லாமல், ஓய்வு இல்லாமல், ஒரே சுற்றில் சிக்கி வாழும் வாழ்க்கை.

“பெண்கள் ஆண்களின் வாழ்க்கையில் ஒளி கொண்டு வருகிறார்கள்” என்று எல்லோரும் சொல்வார்கள். அது உண்மைதான். ஆனால் அந்த ஒளி எப்போதாவது அணைந்து விடுமா? அந்த ஒளி கொண்டு வந்த பெண்ணின் வாழ்க்கையில் யார் ஒளி கொடுக்கிறார்கள்? அவள் மற்றவர்களின் கனவுகளை நிறைவேற்ற வேலை செய்கிறாள்... ஆனால் அவளது கனவுகள் என்ன ஆனது?

இந்த உலகில் எல்லா ஆண்களும் இப்படித்தான், எல்லா பெண்களும் இப்படித்தான் என்று சொல்ல முடியாது. ஆனால் இந்த உணர்வுகளை அனுபவித்தவர்கள், இதை புரிந்து கொள்வார்கள். ஒரு நாள்... ஒரு நாள் மட்டும்... “ஒரு பெண்ணாக” வாழ்ந்து பாருங்கள். அப்போதுதான் அந்த உணர்வு என்ன என்பதை உணர முடியும்.

அந்த நாளுக்குப் பிறகு, நீங்கள் மாறி விடுவீர்கள். பெண்களை பார்க்கும் பார்வை மாறும். அவர்களின் அமைதியில் இருக்கும் குரல் கேட்கும். அவர்களின் சிரிப்பில் இருக்கும் வலி புரியும். அந்த நாளுக்குப் பிறகு... நீங்கள் பழையபடி இருக்க மாட்டீர்கள்.

பெண்ணின் வாழ்க்கை ஒரு கதையாக இல்லை... அது ஒரு உண்மை. அந்த உண்மையை புரிந்து கொள்வதே மனிதனின் பெரிய பண்பாகும்.

ஒரு பெண்ணின் தியாகம் பெரும்பாலும் கவனிக்கப்படாது... ஆனால் அதுவே பல குடும்பங்களின் அடித்தளம்.

தவறை உணர்ந்த அன்பின் வடிவம்

ஒரு சிறிய ஊரில் ஒரு சாதாரண குடும்பம் வாழ்ந்து கொண்டிருந்தது. அந்த குடும்பத்தில் ஒரு தந்தை, ஒரு தாய், மற்றும் ஒரு சிறுமி. தந்தை வெளிநாட்டில் வேலை பார்த்துக் கொண்டிருந்தார். வீட்டில் தாய் மற்றும் 10 வயது மகள் மட்டும் வாழ்ந்து வந்தனர்.

அந்த சிறுமி மிகவும் புத்திசாலி, அழகானவள். பள்ளியில் எல்லா பாடங்களிலும் நல்ல மதிப்பெண்கள் வாங்குவாள். அவள் தன் தாயிடம் இருந்து பெரியவர்களிடம் எப்படி பேச வேண்டும், எப்படி நடந்து கொள்ள வேண்டும், சிறிய கனவுகளை எப்படி அடைய வேண்டும் என்பதெல்லாம் கற்றுக் கொண்டாள்.

ஒரு நாள் பள்ளியில், அவளது நண்பர்கள் கேட்டார்கள்:
"உன் அம்மாவை இதுவரை எங்களுக்கு காட்டவே இல்லையே?"

மற்றொரு தோழி சொன்னாள்:
"நாளைக்கு என் பிறந்தநாள். நீ உன் அம்மாவுடன் வரணும்."

அந்த வார்த்தைகள் அந்த சிறுமியின் மனதில் ஏதோ ஒரு சுமையை ஏற்படுத்தின. பள்ளி முடிந்து வீட்டிற்கு வந்தவுடன் அவள் அமைதியாக இருந்தாள். முகத்தில் சோகம்தான்.

அவளது தாய் கவனித்தாள்:
"என்னம்மா? பள்ளியில் ஏதாவது நடந்ததா?" என்று கேட்டாள்.

ஆனால் சிறுமி எதுவும் சொல்லவில்லை.
"எதுவும் இல்ல அம்மா..." என்று தவிர்த்தாள்.

இரவு உணவிற்கு அழைத்தும் வரவில்லை. மீண்டும் தாய் கேட்டபோது, அவள் உடைந்த மனதுடன் எல்லாவற்றையும் சொல்லிவிட்டாள்.

அவளது தாய் எதுவும் பேசவில்லை. அமைதியாக இருந்தாள். அந்த அமைதி இன்னும் அதிகம் பேசுவதைப் போல இருந்தது.

சிறுமி அழுதபடி சொன்னாள்:
"நாளைக்கு நீ என்னோட வரணும்... இல்லன்னா நான் சாப்பிட மாட்டேன் அம்மா..."

தன் மகளின் ஆசைக்காக, தாய் சம்மதித்தாள். அந்த பதில் கேட்டு அந்த சிறுமி மிகவும் மகிழ்ந்தாள்.

அடுத்த நாள் பிறந்தநாள் விழா.
அனைவரும் வந்து கொண்டிருந்தனர். அந்த தாயும், மகளும் அங்கே சென்றனர்.

அவள் தாயை பார்த்தவுடன், அங்கே இருந்தவர்கள் வேற மாதிரி பார்த்தார்கள். சிலர் கிசுகிசுத்தார்கள். சிலர் முகத்தை மாற்றிக் கொண்டார்கள்.

அந்த சிறுமிக்கு எதுவும் புரியவில்லை.
ஆனால் அவள் தோழியின் அம்மா கூட அவள் தாயை சரியாக வரவேற்கவில்லை.

அந்த சூழ்நிலை அவளுக்கு வலியாக இருந்தது.
"அம்மா, போவோம்..." என்று அவள் தாயை பிடித்து அழைத்துக் கொண்டு வீட்டிற்கு வந்தாள்.

ஆனால்...
அவள் எதையும் கேட்கவில்லை.
அந்த நாள் அவள் மனதில் ஒரு கேள்வி மட்டும் இருந்தது... ஆனால் வார்த்தையாக வெளியில் வரவில்லை.

காலம் சென்றது...
அந்த சிறுமி 23 வயது ஆனாள்.

அவளது கல்லூரி பட்டமளிப்பு நாள் வந்தது.
அன்று அவள் தன் தாயை அழைத்தாள்.

இந்த முறை, அவள் பயப்படவில்லை.
அவள் தன் தாயுடன் தைரியமாக நடந்தாள்.
யாரும் என்ன பேசுவார்கள் என்று கவலைப்படவில்லை.

அவள் பெருமையாக தன் தாயுடன் மேடையில் நின்றாள்.

வீட்டிற்கு வந்தபின்...
அவள் தன் தாயை பார்த்து சொன்னாள்:

"நீ என் அம்மா இல்லை...
நீ என் அப்பா..."

அவள் கண்களில் கண்ணீர்.

அதற்குப் பின்னால் இருந்த உண்மை…
அவள் தந்தையின் டையரியில் எழுதப்பட்டிருந்தது.

23 ஆண்டுகளுக்கு முன்பு…
அந்த மனிதன் ஒரு நல்ல கணவன் இல்லை. தினமும் மது குடித்து, தன் மனைவியை கொடுமைப்படுத்தினார். அவர்களுக்கு ஏற்கனவே 5 வயது மகன் இருந்தான்.

அந்த பெண் கர்ப்பமாக இருந்தபோதும், அவளுக்கு ஓய்வு இல்லை. வேலை மட்டும் அதிகமாகிக் கொண்டே இருந்தது.

ஒரு நாள்…
அந்த கணவன் குடித்து மயங்கி கிடந்தான்.

அந்த நேரத்தில், அந்த பெண் தனியாகவே பிரசவ வேதனையைச் சந்தித்தாள்.
யாரும் இல்லை. உ தவியில்லை.

தன்னால் தானே…
அவள் ஒரு பெண் குழந்தையை பெற்றாள்.

ஆனால்…
அடுத்த சில நிமிடங்களில் அவள் உயிரிழந்தாள்.

அந்த நாளிலிருந்து தான்…
அந்த மனிதன் தன் தவறுகளை உணர்ந்தான்.

“என் மனைவிக்கு நான் என்ன செய்தேன்?” என்று அவன் மனம் உடைந்தது.

அவள் இல்லாத வாழ்க்கையை நினைத்து அவன் மாறினான்.

அவன் ஒரு தாயாக மாறினான்…
தன் மகளுக்காக.

அவன் அவளை வளர்த்தான்…
அவளுக்கு அன்பு கொடுத்தான்…
அவளுக்கு ஒரு தாய், ஒரு தந்தை—இரண்டும் ஆனான்.

அந்த நாள்...
பிறந்தநாள் விழாவுக்கு முன்...
அந்த டையரியை அந்த பெண் படித்திருந்தாள்.

அதனால் தான்...
அவள் உண்மையை புரிந்துக் கொண்டாள்.

ஒரு பெண் தன் “அம்மா” என்று நினைத்தவரின் பின்னால் மறைந்திருந்த தந்தையின் தியாகத்தை அறிகிறாள்.
தன் தவறுகளை உணர்ந்த ஒரு மனிதன், தனது மகளுக்காக தாயாக மாறுகிறான்.
அன்பும், பொறுப்பும் இருந்தால், ஒருவரே இரண்டு உறவுகளாக மாற முடியும்.

நன்றியுரை

இந்தப் புத்தகத்தை எழுதுவதற்கு எனக்கு அறிவும், நல்ல சிந்தனையும், வாழ்க்கைப் பாடங்களையும் வழங்கிய என் அன்புத் தாத்தாவிற்கு என் மனமார்ந்த நன்றிகளைத் தெரிவித்துக் கொள்கிறேன். இன்று நான் இந்த நிலையை அடைந்து, என் எண்ணங்களை ஒரு புத்தகமாக வடிவமைக்க முடிந்ததற்கு அவருடைய வழிகாட்டுதலும் ஊக்கமும் முக்கிய காரணமாகும்.

மேலும், என் எழுத்துப் பயணத்தில் எப்போதும் என்னுடன் இருந்து ஆதரவும் அன்பும் அளித்த என் குடும்பத்தினருக்கு என் இதயப்பூர்வமான நன்றிகள். என் கனவுகளை நம்பி, என்னை ஊக்குவித்து, ஒவ்வொரு முயற்சியிலும் துணைநின்ற என் நண்பர்களுக்கும் சிறப்பு நன்றியைத் தெரிவித்துக் கொள்கிறேன்.

அவர்களின் அன்பு, ஆதரவு மற்றும் நம்பிக்கையே இந்தப் புத்தகத்தை உருவாக்கும் சக்தியாக இருந்தது. இந்தப் புத்தகத்தின் வெற்றியை அவர்களுக்கே சமர்ப்பிக்கிறேன்.

www.ingramcontent.com/pod-product-compliance
Lightning Source LLC
LaVergne TN
LVHW060045210926
848481LV00013B/3958
* 9 7 9 8 9 0 5 8 4 0 8 8 3 *